நவகண்டம்

ம. மதிவண்ணன்

கருப்புப்
பிரதிகள்

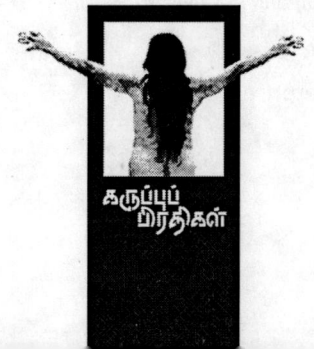

நவகண்டம் – கவிதைகள்
ம. மதிவண்ணன்

முதல் பதிப்பு: டிசம்பர் 2020

வெளியீடு: **கருப்புப்பிரதிகள்**
பி 55, பப்பு மஸ்தான் தர்கா, லாயிட்ஸ் சாலை,
சென்னை – 600 005.
பேச: 94442 72500
மின்னஞ்சல்: karuppupradhigal@gmail.com

முகப்பு – உள்வடிவமைப்பு: விஜயன்

அச்சாக்கம்: ஜோதி எண்டர்பிரைசஸ், சென்னை 600 005.

விலை: ரூ. 60/-

Navakandam – Poems
M. Mathivannan

First Published: December 2020

ISBN: 978-81-943310-2-5

By **Karuppu Pradhigal**
B55, Pappu Masthan Darga, Lloyds Road,
Chennai – 600 005.
E-mail: karuppupradhigal@gmail.com

Cover & Layout: Vijayan

Printed by: Jothy Enterprises, Chennai 600 005.

Price: 60/-

கருப்புக் குறிப்புகள்

'வானரங்கள் கனி கொடுத்து மந்தியோடு கொஞ்சும்' என்கிற பாடலை முணுத்தபடி உடல் சூடு தணிய குற்றாலத்தில் குளித்துவிட்டு வந்தக் கூந்தலை சென்னையில் வந்து சிக்கெடுக்கக் கோதினால் வண்டி வண்டியாய் சேறு அப்பியிருந்தது. சென்னை தலைமைச் செயலகத்தின் எதிரே நூற்றாண்டுகளுக்கும் மேலாய் குடியிருந்து வெளியேற மறுத்து கூவத்தில் குதித்து போராடி காவல்துறையினர் இழுத்துச் செல்லும் பெரியவரின் தலையில் மண்டியிருந்த சேறு அது.

நான் ஆதரிக்கும் இலக்கியமும் இயக்கமும் நீங்கள் ஆதரிக்கும் இலக்கியமும் இயக்கமும் பார்த்துக் கொண்டேயிருக்க தலித் புலங்களை பெயர்த்தெடுத்து ஊருக்கு வெளியே வீச நவ வர்ணாசிரம ஸ்மார்ட் சிடி புல்டோசர்கள் வந்து கொண்டே இருக்கின்றன. ஆயினும் நம்மிடையே வாழும் சோதிமிகு நவகவிகள் ஜாதிச் சுகிக்கும் அகப்பாடல்களை மட்டுமே ஓயாமல் எழுதி தீர்க்கின்றனர். அவர்கள் அகத்திற்குள் ஜாதிரீதியாக அன்றாடம் ஒடுக்கப்படும் சேரிப்பாடுகள் வருவதேயில்லை. ஏனென்றால் ஊருக்கு வெளியே ஏன் சேரி இருக்கிறது என்கிற கேள்வியை கேட்ட பெரியாருக்கு இலக்கியம் தெரியாது என்பது மட்டும் நம்முடைய நீண்டகால நவகவிகள் அனைவருக்கும் தெரிந்திருக்கிறது.

அளவற்ற அழுகைகளையும் புலவர்களைத் தாண்டிப் புளுகுவதையும் தன்னிருப்பாய் கொண்டியங்கும் சமகாலத்தின் பெரும்பாலான தமிழ்க் கவிதைகள் சேரி எரியும் போது தலித்துகளை படுகொலை செய்யும் போதும் நீண்டகால மார்ச்சுவரி பிணங்களைப் போல் தத்தமது கவிக்கண்களை மேலும் இறுகப் பொத்திக்கொள்கின்றன. தலித் பிரச்சனைகளை தான் வாழும் நிலப்பிரப்பின் சுய அமைதிக் குலையும் பிரச்சினையாக பார்க்க மறுப்பதின் நீட்சிதான், ஜாதிய இருப்பை எதிர்க்கும் கேள்வி கேட்கும் தலித்துகளின் படைப்பு இலக்கியங்கள் குறித்து பேசவும் விவாதிக்கவும் மறுக்கும் காரணிகள்.

இத்தனைக்கும் அவர்கள் பேசும் அழகியலும், மொழியும், கட்டமைப்பும் நனவிலி மனவெளி அத்தனையையும் வாழ்வியற்

பண்பாடாக கொண்டிருப்பவை தலித் இலக்கியங்கள். இந்த தலித் இலக்கியத்தின் செழுமையான உச்சத்தை வெகுஜன ஊடகத்தில் நனையாமலும் கரையாமலும் தொட்டவை மதிவண்ணனின் கவிதைகள். சமூக அரசியல் பண்பாட்டு, சூழலியச் சிக்கல்களுக்குள் தலித் இருப்பின் முரணியக்க அவதியை மனவிழியில் சேகரித்த காட்சிப் படிமங்களைக் கவிதை சிதறாத மொழியில் தருவதை மிகக் கூர்மையாக கடந்த 30 ஆண்டுகளாய் தமது மரபாகவும், புதுமையாகவும் தனித்துவமாகவும் கொண்டிருப்பவை மதியின் கவிதைகள்.

கருப்புப் பிரதிகளும் மதியின் கவிதைகளும் இணைந்து பயணிக்கத் தொடங்கி இருபதாண்டு இலக்கிய வழித்தடத்தில் இந்த நவகண்டம் என்கிற முக்கியப் பிரதியும் இணைந்திருப்பது மகிழ்ச்சி. நீங்களும் இணைந்து கொள்ளுங்கள் வாசக நண்பர்களே...

வடிவமைத்த நண்பர் விஜயனுக்கும், தோழமையணையத் தொடரும் நண்பர்கள் ஷோபாசக்தி, புனித பாண்டியன், அமுதா, ஜீவமணி, மெலிஞ்சி முத்தன், பதிப்பகத்தின் அறிவுழைப்பிலும், உடலுழைப்பிலும் தொடர்ந்து தோள் தந்து வரும் விஜய் ஆனந்த் (பெங்களூரு), தேவதாசன், தம்பிகள் அறிவொளி, அரி, அருள்குமார் ஆகிய அனைவருக்கும் அன்பும் நன்றியும்.

– நீலகண்டன்

ஆர்ப்பரிப்புடனும்
கொண்டாட்டத்துடனும்
கொட்டி முழக்கி
பெரியாரைப் பரப்பிய
திராவிடக் கவிமுரசு
என் முன்னோன்
பாவேந்தருக்கு!

1

தமது விலைச் சீட்டுகள்
வெளிப்பட்டு புரிபடும்
அவகாசத்தின் அத்துக்குள்
நீண்டு கொண்டிருக்கின்றன
ஒத்தாசைகள்.

காயங்களுடனான
இம்முகத்தையே பதாகையாய் ஏந்தியபடி
இந்தக் களத்தில்
நின்று கொண்டிருக்கிறேன்.

2.

சக்தியிற்றுக்
களைத்த விழிகளின் மேலே
முற்றிய நோயாளியின்
நெற்றியில் துலங்கும்
நீறு
எதிர்ப்படும் நாத்திகனின்
மெல்லுணர்வை மீட்டி
புராதனமான இந்த வழி
புழக்கத்தின் வழுவழுப்பேறியது
வளைந்து நிமிர்ந்து நீள்வதென
நினைவூட்டிப் போகிறது.

3.

வான்மழை போற்றுதும்!
வான்மழை போற்றுதும்!
ரெண்டு கவளம் சோற்றையும்
ஒருபிடி வாய்க்கரிசியையும்
வரையாது வழங்க
வருகை புரிந்திடும்
வான்மழை போற்றுதும்!
வான்மழை போற்றுதும்!

ம. மதிவண்ணன்

4.
இழவு வீட்டுப் பந்தியில்
நிகழ்ந்து கொண்டிருக்கும்
இப்பார்வைப் பரிமாறல்
வாழ்வின் இக்கன்னாவை
இட்டுக் கொண்டிருக்கிறது.

5.
கண்திறவா பூங்குட்டிகள்
பார்வையிலிருந்து
மறைந்து விடாமல்
கண்ணெட்டுந் தூரத்திற்குள்
குலைபட்டினியை முடித்துவிடும்
யத்தனத்துடன்
தெருவோரம்
இரை தேடும்
ஈனிய பெட்டைத் தெருநாய்
சித்திரப் படுத்துவது
எந்த நாகரிகத்தின்
விளைச்சலை?

ம. மதிவண்ணன்

6.
வாய்மொழி: 1

வயிற்றின் முகவன் அன்றோ
வாய்?

முகவனின் மொழியில்
இனிப்பிருக்கும்
கசப்புமிருக்கும்
கருணையிராது.

அது ஆசைகாட்டும்
அச்சமூட்டும்
புனைந்து அளந்து
வைக்கப்படும் அதற்கு
நோக்கமுமிருக்கும்.

7.

வாய்மொழி: 2

வாயும் வயிறும்
வைத்துப் பேசுதல்
புரணி

வாயும் வாய்களும்
சேர்ந்து பேசுதல்
கூச்சல்

வயிற்றின் கட்டளையை
வாய் பேசுதல்
செய்தி.

வாயினும்
சாலப் பெரிதன்றோ
வயிறு?

8.

கவனக்குறைவாய்
போட்டுக் கொண்ட
உள்ளாடைக்குள்
புறுபுறுக்கும்
சிற்றுயிரையும்
அதன் கடிவாயையும்
நட்டநடுக் கூட்டத்துக்குள்ளிருந்து
கையாள்வதைப் போல்தான்
முகம் வீங்கிக்
காய்ந்து கிடக்குமெனக்கு
நெஞ்சாறாமல் தானெனினும்
நீ
பரிமாறிய
நஞ்சூட்டிய வார்த்தைகளை
நிமிட்டிக் கொண்டிருக்கிறேன்.

9.
அலங்காரத்தின்
துவக்கமாயிருக்கலாம்
அன்றேல்,
புலன்களைக் கொண்டாடும்
நாத்திகமாயிருக்கலாம்;
அலங்காரங்களின் தலைநகரை
ஆன்மா லயிக்குமிடம்
எனப் புகல்வது.

10.

வசக்கிப் புடம் போட்ட
வார்த்தைகளை இறுத்து வடித்து
என் அன்பை நான் சொல்ல
அதை ஏந்திச் செல்ல
ஒரு மரம் தனது உயிரைத் தந்தது.
அடுத்திருப்பவர்
பாலுறுப்புகளைப்
பொத்திப் பிடித்திருக்கும்
ஊரின் திருமுன்
விழிகள் மிரள
சொற்களில் முடிச்சிட்டு
வீறு வீறென வீறிவிட்டுப்
போகிறவளின் மீதென்
தாயின் வாசனை அடிக்கிறது.

11.

நீர்நிலைகள் வறண்டு
விஷக்காய்ச்சலில் கிடக்க
ஒயில் பழகிய பெண்கள்
குழாயடியில் வன்மங்கொண்டு
கூச்சலிடுகின்றனர்;
சிறகின் மறுபெயர்
அல்பாயுசென்றும்
பண்பெனப் படுவது
பாடறிந்து ஒழுகுதலே என்றும்
உணர்த்தி.

12.

நம்மிலொருவனுக்கு
எல்லாமுமான ஒருத்தியை
ஒரு பூதாகரமான புணர்வுப் புழையாக்கி
கிழித்துக் கிடத்திவிட்டு
உச்சுகொட்டிப் பார்த்திருக்கிறோம்.

களியாட்டங்களின் கடவுள்
ஏதும் நடக்காதது போலே
உள்ளே
சேலை உருவிக் கொண்டிருக்கிறான்.

ஊருக்கு வெளியே
புதையுண்ட நிலையில்
மோனத்தவம் இயற்றாநின்றார்
ததாகதர்.

13.

ஸ்வாமியின் பூணூல் அறுக்கும் பௌத்த குஞ்சு

மேனியில் சுமந்த
சுடுகாட்டுச் சாம்பரில்
ஜவ்வாது மணந்தகாலை
நெளிந்தபடி
முழித்துக் கொண்டிருந்தார்
ஸ்வாமி.

ஆதி பௌத்தரைச்
சாக்கடையில் தள்ளிவிட்ட பக்த கோடி
முழித்துக் கொண்டிருந்த
ஸ்வாமியைக்
காவலுக்கு வைத்தது.

விழுந்த பௌத்தர்
ஆதிநாதன் மறந்து
அஷ்டாங்கம் மறந்து
வீச்சத்தில் தாக்கு பிடிக்க
மூச்சைப் பிடித்தனர்.

கரையில் காவலிருக்கும்
ஸ்வாமியின்
பஞ்சகச்சமவிழ்த்து
அபிசேகிக்க
பஞ்சாமிர்தம் அளிக்கும்
சரிகை வேட்டிக்காரர்களை
நிமிட்டும் தோழமை
ஸ்வாமியை நமஸ்கரித்தபடி
இங்கு வந்து விசுவாசம் போதிக்கிறது.

ஜரிகையோடிய மேகத்தைக்
கோவணமாய் உடுத்திய
பௌத்த குஞ்சொன்று
மேலேறி வந்து
ஸ்வாமியின்
பூணூலை அறுக்க
உன்னுகிறது.

14.
தாங்கவொண்ணா மெலிவுடனும்
சகலத்தையும் எடுத்துச் சென்று விடும்
உத்தேசத்துடனும்
எங்கெங்கிலுமிருந்து
வெருட்டிக் கொண்டிருக்கின்றன
நெகிழிப் பைகள்.

15.

போகுமிடமெலாம்
கூடவே வந்து
கமுக்கமாய்
இருந்து கொண்டிருக்கின்றது
பிற அவயங்களுடன்
பாலுறுப்பும்.

16.

புணர்ச்சி என்பது
காயங்களின்
முன்னொட்டா
பின்னொட்டா ?

17.

நதியுருட்டி வந்த
பாறைகள்
போராடிப் போராடித்
தன் முனைப்புகள் இழந்து
நதியாகும் இறுதியில்.

கமண்டலக் கதையை
அவிழ்த்துவிட மட்டுமின்றி,
உயிர் கொடுக்க
உயிர் எடுத்துச்
சுழித்தோடும் நதியைக்
கொட்டிக் கவிழ்க்கவும்
வல்லது
ஓட்டுக்குள் ஓடும்
அரைத்திரவ நதி.

18.
கருக்கொண்டு கலைந்து போகும்
பஞ்சகாலக் கார்மேகமாய்
நீ கருணையின்றி போகிறாய்.
இருக்கவும் முடியாமல்
தொலையவும் முடியாமல்
சமைகிறேன் நான்.

19.

கொடியது கேட்பின்

1

விளார் விளாராய்
வரிசுமந்த மேனி
பயங்காளிகளுடையது.
எழுத்து தலைவனின் தலையைக்
குடைகிறது.

2

தலையைக் காலாகவும்
காலைத் தலையாகவும்
கொண்டது பயங்காளிகளின் உலகு.
தலைவனின் தலை
அங்குமில்லாமல்
இங்குமிருக்க முடியாமல்
அந்தரத்தில் அல்லாடும்.

3

கண்ணீரால் பூஞ்சைகள்
வளரும்
தலைவனின் தலகாணியிலிருந்து
தாறுமாறாய்க் காட்சிகள்
விரிந்து உடையும்;
உடைந்தது நொண்டி நகரும்.

4

கனவைத் தொடரத்
தலைவன் முண்டுகையில்
பயங்காளிகள்
கூட்டம் கூட்டமாய்
நுகத்தடியில் போய்த்
தலையைக் கொடுப்பர்.
எவரின் துன்பம் கொடிதென

எளிதில் உங்களுக்குப்
புலப்படாது.

5
நம்பிக்கையின் ஒலியைக் கேட்பித்துவிடத்
தலைவன் திண்டாடுகையில்
மந்தைகள்
தங்கள் ஆட்டுக் கண்களைச்
சுருக்கி இடுக்கித்
தலையை உதறும்.

6
கடப்பாடு தொடரச் சொல்லும்
நடப்பு வெளித் துரத்தும்.
ஒரு துரோகத்தில் வீழும் வரை
கிருமிகள் நீந்தும்
இக்கசப்பான பானத்தின் தோதுடன்
பின்தொடர்பவர்களின் கருணையில்
மெல்லுணர்வுகள் கிழிபடத்
தொடருமிப்பயணம்.

20.
இமைப் பொழுது
முன்வரையிலும்
விடாது
துரத்தி வந்த நாகம்
தன் சுற்றுப்புறத்தையும்
சேர்த்தெடுத்துக் கொண்டு
நியதிக்கும் நியமத்திற்கும்
உட்படாத
சட்டகத்திலிருந்து
ஊர்ந்து வெளியேற
கையளிக்கப்பட்ட
உத்தரவாதம்
அருள்பாலித்துக் கொண்டிருக்கிறது.

ம. மதிவண்ணன்

21.

கோனுயர

பதப்படுத்தும் கூடத்தின்
உந்துகளிலிருந்து வெளிப்படும்
கொழு கொழு குஞ்சுகள்,
நைட்டிகளின் மேல் விரிந்திருக்கும்
செட்டைகளின் கீழ்
வீட்டிற்கு
நடத்திச் செல்லப்படுகின்றார்கள்.

புகார்களின்றிப்
பாடுகளைச் சுமக்கப்
பயிற்றுவிக்கும்
அரசினது கருணையின்
குறியீடான
தொள தொளாச் சீருடைகளுடன்
சாலையோர டீசல் புழுதியைக்
கால்களிலும்
பஞ்சம நியதியைத் தலையிலும்
கொண்டு செல்கிறார்கள்
குட்டிப் பஞ்சமர்கள்.

பொருளாதார மண்டலங்களுக்கு
நிதியும் வளமும்,
குடிமக்களுக்குக் கையூட்டும் என
ஒதுக்கி உயர்கிறது
ராஜநீதி.

22.

புனலில் கால் பதித்து
காற்றில் தலை நீட்டி
பதட்டத்துடன்
பார்த்துக் கொண்டிக்கின்றன
ஆகாயத் தாமரைகள்.

நீண்ட இருப்பின்
முறுக்கம் கொள்விக்கும்
மண்ணின் சகவாசமின்றி
நீர்க்கொழுப்பின்
பிசுபிசுப்புடன்
நிகழ்ந்து
கொண்டிருப்பவை யவை.

நிகழ்ச்சி தான் யாது?
ஈசலின் தாவர வடிவா?
கோடைக் கண்பட்டு
கரியாய்ச் சமைந்து
காரின் கால்தொட்டு
உயிர் மீளும் காட்சியா?

23.
இன்மையில் இருக்கிறது
தாவர மூளை.
ஆதலால் துளிர்க்கிறது
உலகு.

24.

மூணுகோடி மூக்குத்திகளைச்
சூடிக் கொண்டு
நகையாடும் தனிமையில்
காத்துச் சமைந்திருக்கிறாள்
வேம்பக்கா.
மணாளனின் மவுசு கண்டு
மலைத்துப் போனவள்
தானே மாலையாகிப்
பூத்திருக்கிறாள்.
மிருதுவான
தன் பொன்னிற மடியில்
பறவை எச்சம் இழுவ
வாடி நிற்கிறாள்
மோகத்தின் சம்பளத்தை
உலகினுக்கு உணர்த்தி.

25.

மலையைப் பொடித்து
விரித்த சாலையின்
தொடர் முடுக்கத்திற்கூடே
குறித்த வண்ண உந்துகளைக்
குதறிவிடும் வெறியுடன்
பாய்ந்து வரும்
சாலையோர பைரவர்களின்
சந்நதம் என்ன?
உயிரைக் கொட்டிக் கவிழ்த்துவிட்டு
யாக்கையை உண்ணும்
வேட்டையைத் தொடர்ந்த
ஓலச் சடங்கா?
உன்மத்தம் உலுக்கிக்
கேட்கிறதா
உயிர்?

26.
கொலைக் கருவியை
அழகியலுடன்
வடிவமைப்பவனின்
ரசனை
யைக் காட்டிலும்
இயல்பானது;
ஆளரவம் குறைந்து
வெளிச்சம் குறைந்துவிடா
இடமொன்றில்
குத்த வைக்கக் கழியாமல்
குனிந்த மேனிக்குக் கழியும்
சுருக்கங்களுடன் கூடிய
கூனல் கிழவியின்
சௌகரியம்.

27.
இரு திக்கிலும் சீறிப்பாயும்
உந்துகளின் ரப்பர் கால்களில் சிக்கி
நச்சுப்பை கிழிய
நசுங்கி நெளிந்து கிடக்கிறது
நாகம்.
அதனருகே,
வனக்கடியில் போகவிருந்த
உயிரொன்று உலாத்திக் கொண்டிருக்க
நாகத்தின் தொண்டையில்
அதக்கி வைத்திருந்த
ஒளிரும் வனம்
பட்டுப் போகத் தொடங்கியிருந்தது.

28.

ஊத்தைக் காற்றில்
பாலித்தீன் கழிவுகள்
படபடவென
அடித்துப் படபடக்க
ஊரெல்லைகள் தோறும்
குத்த வைத்திருக்கின்றன
குப்பைக் குறுமலைக்குன்றுகள்.
காண்பவர் நடுங்கிப்
பதைபதைக்க
ஏதுமறியாமல்
தன் போக்கில் நடமாடும்
பைத்தியக்காரியின்
வீங்கிய வயிற்றைப் போல.

29.
$E=mc^2$

சூரியனை மேய்ந்து
புளுக்கை போடும்
ஆட்டுக்குட்டிகள்
புவியின் உலைக்கு
கரியாக வந்து சேர்கின்றன.
புளுக்கையின் ஓடுடைத்து
பிறக்குது புத்துலகு.

30.
கூட்டுப் புழுக்களின்
யாக்கையை நூலாய் நூற்ற
பயிர்த்தொழிலோனின்
குஞ்சொன்று,
மழையின் சட்டையைப்
பிடித்தபடி தொடர்ந்தோடி
வந்ததும்
துளிக்குருதிக் கூட்டத்தின்
ஊர்வலம் போன்றதுமான
இவ்வதிசயத்திற்குப்
பட்டுப்பூச்சியென
பெயர் வைத்த காலை,
மொழியின் குகைகளில்
ஓவியமாய் தீட்டுகிறது
மனுக்குலம் தன்னியல்பை.

31.
தமது வியர்வையின் கனிகள்
தமக்கல்ல
இக்கொட்டடியின் உரிமையாளனுக்கே
என்ற உணர்விருந்தும்
அடிமைக்குறி இடப்பட்ட
மேனிகளோடு
காஅதல் புரிகுவதூஉம்
கலவியில் இழைவதும்
தனக்கும் தமக்கும்
தானிழைக்கும் துரோகம்
என்றுணராக்
குருடனுக்கு ஐயோ!

32.
நவகண்டம்

நிர்ப்பந்தங்களின் பிள்ளையான
போராளியின் கண்கள்
நாளினை ஊடுருவிப்
பார்க்க வல்லவை;
ஆழத்தில் அதீதமாய்க்
கண்ணீர் சுரப்பவை.

நன்னம்பிக்கையின் போதை
வீரியமாக நாளங்களில்
ஓடிக் கொண்டிருக்கிறது.
பொறுப்புணர்வு போராளியின்
இரைப்பையை நிரப்புகிறது.

மடியில் கட்டியிருக்கும்
கனலின் ஒளி புலப்படும்
தொலைவு வேண்டற்பாலது.
தகிப்பைக் கைமாற்றிவிட
ஏதுவான அண்மை
பீதியூட்டுவது உலகிற்கு.

சுற்றியிருப்பவர்
சூதும் சூன்யமும்
போராளியின் குருதியைப்
பருகி தாகந்தணிக்கின்றன.

இலக்கு எங்கோ
கூண்டுப் பொறியாகக்
காத்திருக்கிறது.
சாக்காடும் வீழ்ச்சியும்
துரோகத்தின் துவக்குகளோடு
தேடிவந்து கொண்டிருக்கின்றன.

ம. மதிவண்ணன்

33.
ஆசைப்பட்ட இணையின் முன்
பருவங்கடந்து எசகுபிசகாய்
எதிர்ப்படும்
இன்னுயிரின் வருகை
மீட்டும் இந்நினைவு,
துஞ்சிய பறவையின்
வானமளந்த
வண்ணச் சிறகிலிருந்து
தலையிலெடுத்துச்
சூடிக் கொண்ட ஒற்றை இறகு.

34.

வேட்டை மறந்து
விசுவாசம் பழகின
நாய்கள்.
மலிந்த விசுவாசம் அலுக்கப்,
புரவலன் தன் வாலைக் குலைத்து
மேட்டிமை நாட,
கரைபுரண்டோடும்
சுயவெறுப்பாய்
உள்ளூர் விசுவாசம்
தெருவில் சீரழிந்தது.
உயிரின் நீர்மை என்னே?
இருக்கும் தளையை வெறுத்தலும்
இல்லா தளைக்கு ஏங்கலுமா?

35.
பாலுறுப்பின்
ஆவன்னா அறியாத
சிறுமிகளின்
பாலுறுப்புகள் பத்திரமற்று
இருக்கும் ஊரில்,
எதிர்ச் சண்டையிடுபவனின்
உயிர்நிலையைக் குறிவைத்தே
தாக்குகிறார்கள்
சிறுமிகளாயிருந்து முதிர்ந்தவர்கள்.

36.

தெருநாயின் ஓலத்தில்
முனகும் இரவு
இருளைப் போர்த்திக் கொண்டு
முடங்க முன்னுகிறது.
சில சுவர்களுக்கு அப்பால்
ஒருத்தனின் போதை வெறியாட்டில்
வதைபடுபவளின்
மன்றாட்டுகளில்
கேவல்களில்
வீங்கிக் கிடக்கிறது பொழுது.
எது நடந்தாலும்
விவஸ்தையின்றி
வெளிச்சத்தைப் புகையாய்
ஊதிக் கொண்டிருக்கின்றன
தெருவிளக்குகள்.
இல்லங்கள் முற்றுபெறும்
ஊரெல்லையில்,
நாலுகால் சீவன்களின்
வண்ணங்களிலும்
வளவளப்போடும் கூடிய
தற்காலிகத் தேமல்கள் கொண்ட
எண்ணிக்கைச் சாலை
விரைந்து கொண்டிருக்கிறது.

ம. மதிவண்ணன்

37.

நிணம் வடியுமிந்த
காயங்களோடு
உன்னைக்கட்டித் தழுவுகிறேன்.
அன்பின் இலச்சினையாய் நீளும்
இத்தாவரப் புன்னகையை வாங்கி
கற்றாழைகள் மண்டிய
என் வானத்தில்
சூட்டிக் கொள்கிறேன்.
உன்னைத் தவிரவும் உலகுண்டு.
அதில் முதிர்ந்த கதிர்களை
எல்லாம் வாய்க்கரிசியாக்கவே
ஆட்களுண்டு என்பதால்,
முறித்து விடாதே இவ்வாளை.
நொண்டுமென்குதிரை
அய்யத்துடன் பார்க்கிறது உன்னை.
அதன் விழியில் விரியும் மிரட்சி
உலகினைச் சிலுவையில் அறைகிறது.
வண்ணம் பூசும் வேலைக்காரனின்
சுண்ணம் இறைந்த ஆடைபோல
தம் இறுதிவரை வருபவை
வாளும் இக்குதிரையும்.

38.

நிர்ப்பந்தங்களின் இறுக்கம்
அனுமதிக்கும் வெளிக்குள்
இயங்கிக் கொண்டிருக்கிறது
நெடுநாள் நோயாளி
இருக்கும் வீடு.

அருவக்கயிறு ஒன்று
சுண்டியிழுக்க
அவ்வீட்டுக்கு வருவோர்
கொஞ்சம் கனிவுடனும்
கனிவுகளுடனும்
நிறைய புத்திமதிகளுடனும்
இறங்கி வருகின்றனர்.

வீட்டின் மத்தியில்
இருக்கிறது
சீக்காளியின் அம்புப் படுக்கை.

பொறுப்புகள்
ஒரு பிரசாதத்தைப் போல
அங்கிருந்து தரப்படுகின்றன.

சிலர் அதை வாங்கித்
தலையில்
வைத்துக் கொள்கின்றனர்.

சிலர் மரியாதையுடன் வாங்கி
காலில் மிதிபடாமலிருக்க
விளக்கு மாடத்திலோ
வீட்டின் இடுக்குகளிலோ
கொட்டிச் செல்கின்றனர்.

சிலர் நிர்த்தாட்சண்யமாக
மறுத்துவிட்டுப் போகின்றனர்.

அதிர்ந்தடங்கிய வீடு
மீண்டும் இயங்கத் துவங்குகிறது
அவ்வம்புப் படுக்கையைச் சுற்றி.

ம. மதிவண்ணன்

39.
மதுரை வீரன் பாட்டு - 9

வெள்ளைக்குதிரை மீதேறி
சேனைகள் நடத்திக்
கோட்டைகள் கட்டிய
மாதிகனின் அரண்களைத்
துரோகங்கள் துளையிட்டுச்
சதிகள் தகர்த்து
வீழ்த்தின முன்னே!

குத்த வைத்திருக்கும்
குழந்தைகளைத்
தள்ளிவிட்டு விட்டு
பீத்தின்னும்
அலப்பறைப் பன்றிகள்
கொண்ட சேரிகள்
முளைத்தன பின்னே!

40.

ஒருத்தருக்கோ
ஊருக்கோ
உழைப்பதென்பது
இழிவுக்கான
பற்றுச்சீட்டு வேண்டல்.

ஒருத்தருக்கோ
ஊருக்கோ
ஐயமிடுதலென்பது
ஈட்டலுக்கான
முதலீடு செய்தல்.

உழைப்பென்பது
நம்பிக்கையின்
சவத்தின் மீதேறி நின்று
கொடி பிடித்து
முடிவின்றி காத்திருத்தல்.

வணிகமென்பது
மருந்தும் பொறியுமிட்டுக்
கருணையை
எலியாக்கிக்
காத்திருத்தல்.

41.

நல்லது கெட்டது அறிந்திடாத
மதலைகளின் மூச்சை
இடைஞ்சலென நிறுத்திவிட
நைச்சியமாய்ப் பணிக்கும்,
இணைவிழைதலின்
வேட்கையைத் திரட்டி
நுகர்வின் இசைவுக்கென
இசை கூட்டி மொழிதலுக்கு
இடையிலான அவகாசமே
மிச்சமிருக்கும் வாழ்க்கை.
நேர்கோட்டுப் பாதையையும்
நெளிந்தூர்ந்து கடந்து செல்லவே
பழகிக் கொண்ட
பிளவுண்ட
நா கொண்ட
பிராணியின் நாளாந்தமே
நடப்பு.

42.

சாலையின் மீது
கிடக்கும்
பச்சைக் குடலை
கொத்தியெடுக்கும்
காகமும்

நாளைத் துரத்தியோ
நாள் துரத்தியோ
வந்தெதிர்படுபவளின்
மார்க்கச்சையின் வார்
துருத்தல் கிளர்த்தும்
காமமும்

நிலை திரிந்திடினும்
இக்கானகத்தின் விதிகள்
நிலையானவையென
நிகழ்ந்துணர்த்துகின்றன.

ம. மதிவண்ணன்

43.
விரும்புவதன் மீதான
விருப்பத்தில் வளர்வது
நம்பிக்கை.

வளர்த்துத் திரட்டி
ஓட்டி வரப்பட்ட
நம்பிக்கைகள்
சந்தை விதிகளுக்குட்பட்டவை.

என்பதால்,
நம்பிக்கையின் மீதான
கண்காணிப்பு
தசை வளர்ச்சிக்கான
காயடிப்பு.

44.

தலைவாழை இலையில்
கறி, காய், கண்ணமுதுடன்
உண்டு முடித்தவன் வாய் நாற
அடைப்பத்துடன் அடைக்காயமுது
நீட்டும் குலமகளின்
சௌந்தரியம் திகட்ட,
நந்தா விளக்கொளியில்
நாட்டியமாடிய நக்கனை நாடிய
நாற்பத்தெண்ணாயிரம் பிள்ளையின்
கொளுந்தொன்று
சிறுதேர் உருட்டி விளையாடி
வந்தறைகூவல் விடுகின்றது
இயற்கைக்குத் திரும்ப.

ஆகாரம் விளையும்
அன்னவயல்கள் நிறைக்க
விட்டை பொறுக்கிச் சேர்க்க
சோகை பிடித்த குஞ்சுக் குழந்தைகளையும்
பஞ்சடைத்த பாட்டிகளையும்
சேரிகளில் மீண்டும்
தயார் படுத்திவிட்டு
திரும்புவோம் மீண்டும்
இயற்கைக்கு.

ம. மதிவண்ணன்

45.

ஒன்றையொன்று தொட்டுச்
சிலிர்த்தார்க்கும்
வெள்ளியின் குரல்
அடையாளம் காட்டுவது
ஒரு பொற்சிலையின்
இரு வெண்பட்டுப் பாதங்கள்
மட்டுமல்ல!
ஒரு வெப்ப மண்டலப்
புவிப்பரப்பின்
நாள்பட்ட அழகியலையும்
ரசனையையும்
பச்சை ரத்தக் கறைபடிந்த
ஒரு கூட்டம் கோரைப்
பற்களையும்தான்.

46.
விரைவுச் சாலையைக் கடந்து
ஒரு வாய்ச் சோற்றை
வாலுயர்த்தி உண்ணும்
சின்னஞ்சிறு நாய்க்குட்டியினது
நெஞ்சின் குருத்தெலும்புகளின்
பாதுகாப்பில்
இப்போதைக்குப் பத்திரமாயிருக்கிறது
உலகு.

47.

கொடியில் காய வைத்த
துணியிலிட்ட
உயிர்ப் பெயரெச்சத்தில்
இந்நாளின் சுபிட்சத்தை
முத்திரையிட்டுப்
போயிருக்கிறது
ஏதோவொரு சிறுபறவை.

48.

கும்பிட்ட கைகளுடன்
கருணையை இறைஞ்சும்
கண்களில்
நிராசை தோன்றும்
நொடியிலிருந்து,
பிள்ளைக் கனவுகள்
கலைந்து கால்வழியே
ஒழுகத் தொடங்குகின்றன;
வெறுப்பு தாளாது
தேர்கள் அச்சிறுகின்றன;
நம்பிக்கையின்மையைக்
கரி எண்ணெயாய்
மேலே ஊற்றிக் கொண்டு
நகரம் உருமிக் கொண்டிருக்கிறது.

ம. மதிவண்ணன்

49.

மேலேயிருந்து
சில்லறைத் தனமாக
விசிறியடிக்கப்படுவதை
நெரிசலில் பொறுக்கிப்
பிழைத்திருந்தால்
மூச்சு விடலாம்.

வாயிற் காவலர்களின்
வன்மத்துக்குத் தப்பி
கோட்டை மதில்களின் முன்
மண்டியிட்டிருந்தால்
திருவோட்டில்
அபூர்வமாய் வந்து விழலாம்.

உப்பரிகைகளிலிருந்து
நீதி கிடைக்கப் பெறும்
மார்க்கங்களிவை.
அன்றேல்,
ஒரு வன்தாக்குதலுக்குப் பிறகான
சூறையாய் கூட
நீதியை நாம் பெறலாம்.

50.
எவனோ எழுப்பிய
வானளாவிய மாளிகையின்
குளிர் அறைக் கோப்புகளில்
ஒன்றிலிருந்து
உறுமிக் கொண்டிருக்கும்
குறிப்பிட்ட சட்டவிதியை
முன்னிட்டுத்
திமிரும் அலட்சியமும்
பெருக்கெடுத்து ஓடுகின்றன
உடைப்பெடுத்த ராட்சதக் குழாய் வழியே

தம் தொண்டை நனைவதற்கான
சின்னஞ்சிறு துளிகள்
ஆவியாவது அறியாமல்
எங்கெங்கோ
அலைந்து கொண்டிருக்கின்றன
உயிரினங்கள் நீர் தேடி.

51.

நாளாகமம்

(1)
பறவைகளின் குலவையுடன்
கண்திறக்கும் நாள்
அவற்றின் ஒப்பாரியோடு
கண்மூடுகிறது.

(2)
பலவீனர்களின் புன்னகையில்
அடங்கியிருக்கிறது
நாளின் உயிர்.

(3)
நாளைப் பறித்தெடுக்கக்
குழந்தைகளின்
கழுத்தை நெரிப்பதை
நிறுத்துங்கள்.

(4)
மணல்வீட்டில்
விருந்துண்டு
பிஞ்சுத் தொடுகையில்
கசிந்த மலர்களைச்
சூடிக்கொண்டு
இயல்புக்குத் திரும்புகிறது
நாள்.

(5)
நாளின் மலர்ச்சியில்
வயிற்றினில் விதைகொண்ட
கனிகள் திரள்கின்றன.
விளையாட்டுச் சாமான்கள்
உருண்டு
நாளை மலர்விக்கின்றன.

52.
தேன் சொட்டுவதாயினும்
கொடுமை புகட்டுவதாயினும்
உடலின் எடையைத்
தான் வாங்கிக் கொள்ளும்
கனவுகளுக்குண்டு
குறைந்தது ஒரு கரையேனும்.

53.

பெற்றுக்கொண்ட உப்பில்
கொஞ்சத்தைக் குழைத்து
தன்னந்தனியனாகவோ
பெருங்கூட்டத்தில் ஒருவராகவோ
நின்றொருவர் உகுக்கும்
மாசற்ற கண்ணீர்
கதகதப்பை
ஈரத்தை
அர்த்தத்தையும் கூட
தந்து கொண்டிருக்கிறது
நிகழ்ந்து கொண்டிருக்கும்
உலகினுக்கு.

54.

வண்ணமும் வாசமும்
கொண்டு
ஈர்ப்பதைத் தம்
வாழ்வாகக் கொண்டவை
புன்னகைகள்.

காம்புடனான தமது
பிடிமானத்தைத் தக்க
வைத்திருக்கும்வரை
வண்ணத்துப் பூச்சிகளுடனும்
தேன்சிட்டுகளுடனும்
அவை உறவாடிக் கொண்டிருக்கும்.

வெளி உறவினை நாடி
தமது சூழலுடன்
சதா முரண்பட்டு அவை
சர்ச்சித்துக் கோண்டேயிருக்கும்
நாளையிருக்கும்
என்ற நம்பிக்கையுடன்.

55.

தேவையையும்
புழக்கத்தையும்
சேர்த்துத் திரித்த கயிறு போல
எளிமையாகவும்
தனிமையுடனும்
நீண்டு கிடக்கின்றது
ஒற்றையடிப்பாதை.

குனிந்து வரச் சொல்லும்
குடிசையைப் போல
உங்கள் பாதுகாப்பை
உங்கள் தலைகளில்
சுமந்து கொண்டு
வரப் பணிப்பது அது.

ஒற்றையடிப் பாதைகளில்
யாரும் பிரதானமில்லை
நீ இல்லை.
அவன் இல்லை.
பாதை கூட இல்லை.

56.

தென்பட்ட
களத்தில் பட்டு
வாய்பிளக்கும் அரவு போல
சுருண்டு உருள்கிறது
பிழைப்பாதாரம்.

வாய் பிளக்கும் அது
காற்றைக் குடித்து
உயிர் மீளும் என்று
அஞ்சுகிறது அதிகாரம்.

நதியைக் கொல்லும்
அரசிடம் கூலியாய்
இருக்கச் சம்மதித்து
குடத்தை ஓரம் வைத்து விட்டுத்
திமிறாமல் கை காலை
அமுக்கிப் பிடிக்கத் தயாராகிறோம்.

ம. மதிவண்ணன்

57.

இடுகாட்டில்
பூத்திருக்கும் பூ
வண்ணத்துப் பூச்சிக்கு
மகரந்தத்தையும்
நமக்கு
ஒரு செய்தியையும்
வைத்துக் கொண்டு
காத்திருக்கிறது.